Impressum
Verlag: BABADADA GmbH, Nedderfeld 112 , 22529 Hamburg
Geschäftsführer / Verlagsleitung: Harald Hof
Druck: Books on Demand GmbH, In de Tarpen 42, 22848 Norderstedt

Imprint
Publisher: BABADADA GmbH, Nedderfeld 112 , 22529 Hamburg, Germany
Managing Director / Publishing direction: Harald Hof
Print: Books on Demand GmbH, In de Tarpen 42, 22848 Norderstedt

kool

ilé-ìwé

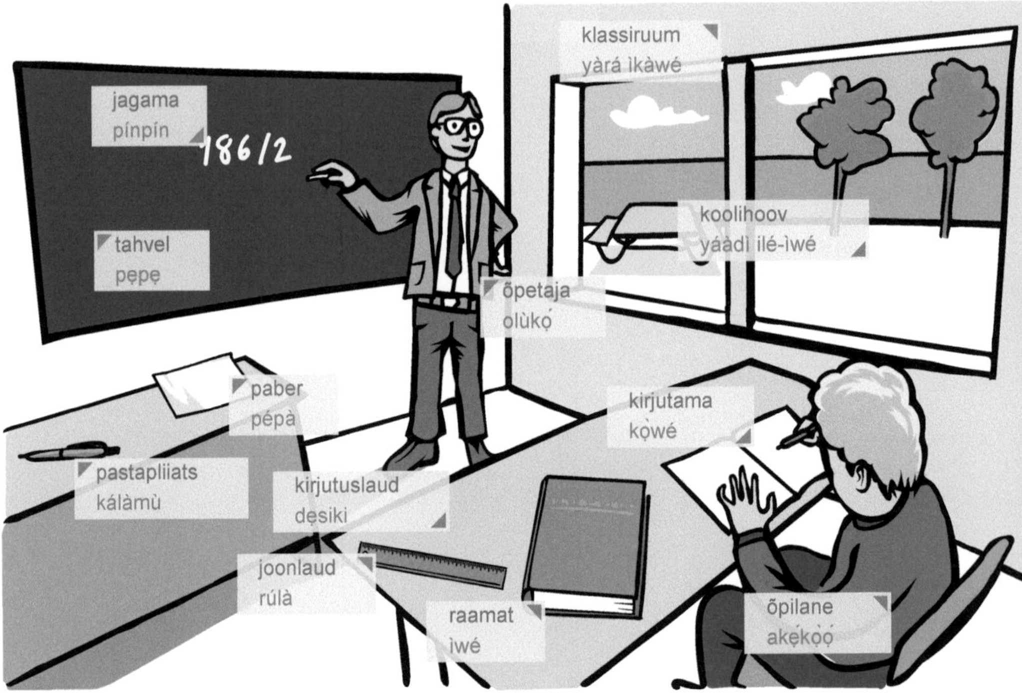
klassiruum
yàrá ìkàwé
jagama
pínpín
186/2
tahvel
pẹpẹ
koolihoov
yáàdì ilé-ìwé
õpetaja
olùkọ́
paber
pépà
kirjutama
kọ̀wé
pastapliiats
kálàmù
kirjutuslaud
dẹsiki
joonlaud
rúlà
raamat
ìwé
õpilane
akẹ́kọ̀ọ́

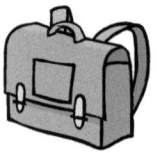

koolikott

ọ̀rá

pinal

àpò pẹnsuru

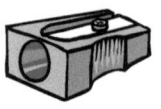

harilik pliiats

pẹnsuru

pliiatsiteritaja

olùgbẹ́ pẹnsuru

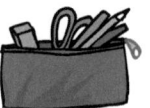

kustukumm

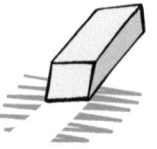

rọ́bà

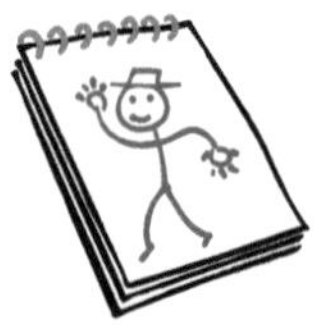

joonistusplokk

bọ́tìnnì yíyàwòrán

joonistus
yíyàròwán

pintsel
burọsi ọdà

värvikarp
àpótí ọdà

käärid
sisọsi

liim
gúlù

töövihik
ìwé iṣẹ́

kodutöö
iṣẹ́ àmúrelé

12

number
nọ́mbà

2+2

liitma
àfikún

5-2

lahutama
àyọkúrò

2×2

korrutama
ìsọdipúpọ̀

arvutama
ṣírò

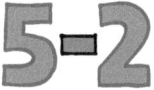

täht
lẹ̀tà

ABCDEFG HIJKLMN OPQRSTU VWXYZ

tähestik
alábídí

sõna
ọ̀rọ̀ sísọ

tekst

òrò kíkọ

lugema

kàwé

kriit

ṣọọ́kì

koolitund

ìkẹ́kòọ́

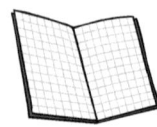

klassipäevik

forúkọsílẹ̀

eksam

ìdánwo

tunnistus

ìwé-ẹrí

koolivorm

aṣọ ilé-ìwé

haridus

ẹ̀kọ́

entsüklopeedia

ìwé ìmọ̀

ülikool

yunifasiti

mikroskoop

ẹ̀rọ gbohùngbohùn

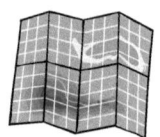

kaart

àwòrán àgbáyé

paberikorv

agbọ̀n ìdalẹ̀nù

reisimine
ìrìn àjò

hotell
ilé ìtura
Grand
hostel
ibùgbé akẹ́kọ̀ọ́
ROOMS
valuutavahetuspunkt
ibi ìpàrọ owó
EXCHANGE
kohver
àpótí ọwọ́
auto
ọkọ̀ ayọ́kẹ́lẹ́

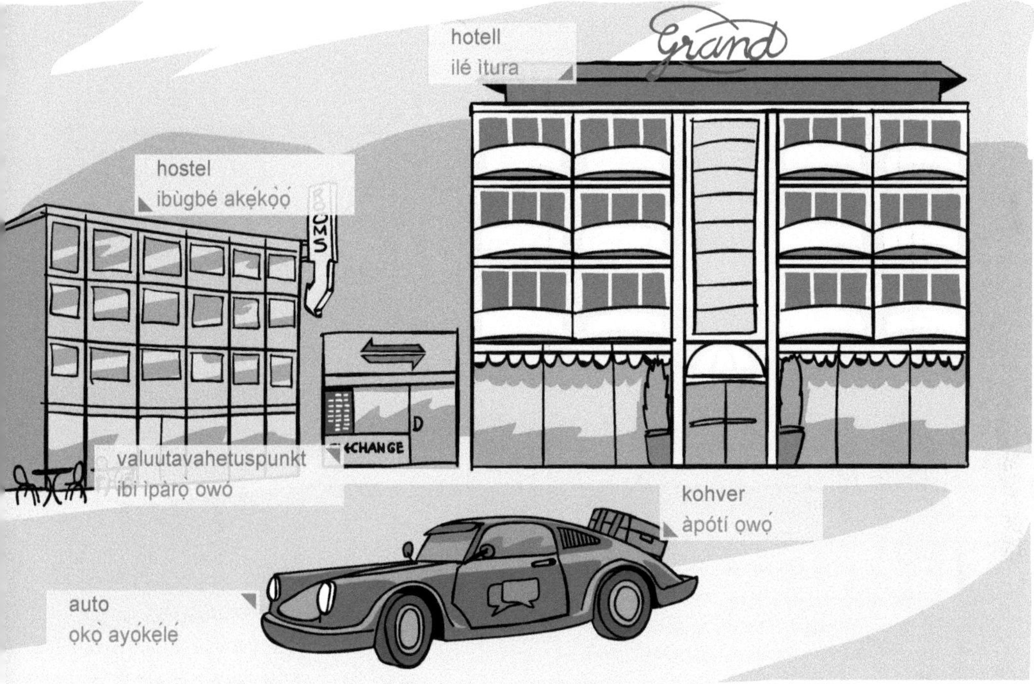

keel

èdè

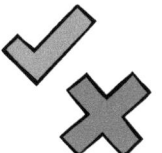

jah / ei

bẹ́ẹ̀ni / bẹ́ẹ̀kọ́

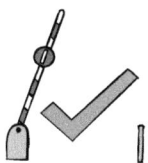

okei

Ó dára

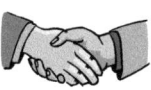

Tere!

ẹpẹ̀lẹ́

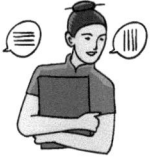

tõlk

olùtúmọ̀ èdè

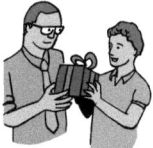

Aitäh!

O ṣeun

Kui palju maksab ...?

èló ni... ?

Ma ei saa aru

Kò yé mi

probleem

ìṣòro

Tere õhtust!

Ẹ káalẹ́!

Tere hommikust!

Ẹ kaarọ!

Head ööd!

Ẹ káalẹ́!

Head aega!

ódìgbà

suund

ìtọ́ni

pagas

ẹrù-ẹni

kott

báàgì

seljakott

àpò ẹ̀yìn

külaline

àlejò

tuba

yàrá

magamiskott

báàgì ibùsùn

telk

àgọ́

turismiinfo

àlàyé arìnrìn àjò

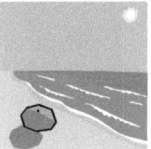

rand

òkun

krediitkaart

káàdì arópò owó

hommikusöök

oúnję àárò

lõunasöök

oúnję òsán

õhtusöök

oúnję alé

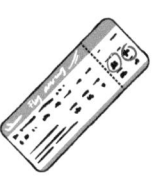

pilet

tikęti

lift

ìgbésókè

postmark

èdìdí

riigipiir

àlà

toll

àwọn àṣà

saatkond

ibi ìwé ìrìnà

viisa

fisa

pass

ìwé ìrìnà

transport

ọkọ̀

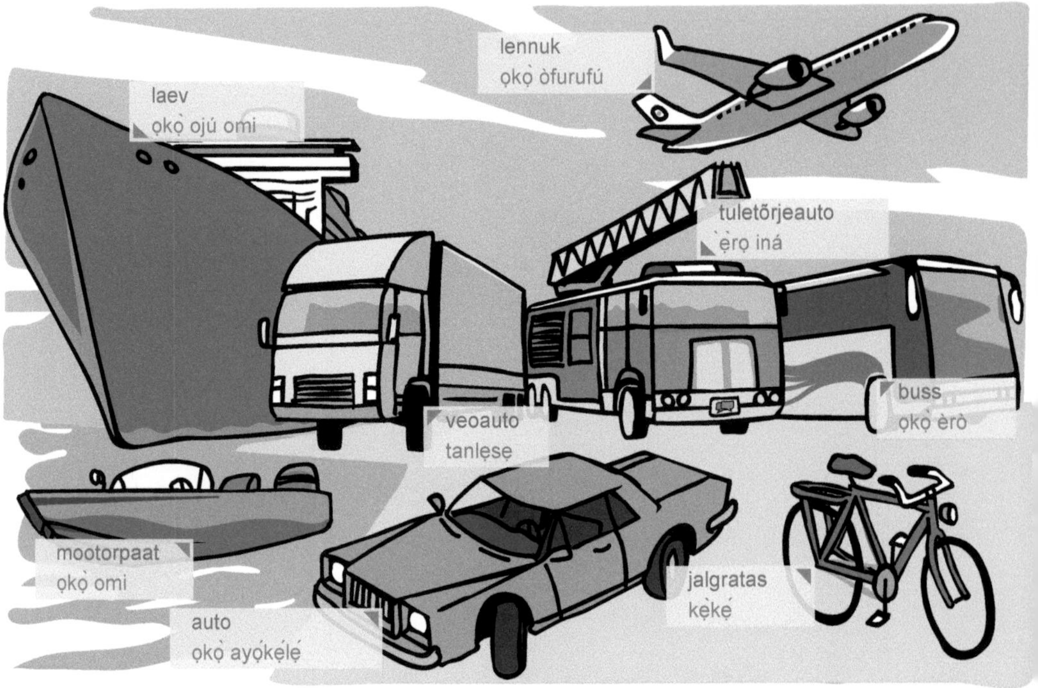

lennuk
ọkọ̀ òfurufú
laev
ọkọ̀ ojú omi
tuletõrjeauto
ẹ̀rọ iná
buss
ọkọ̀ èrò
veoauto
tanlẹsẹ
mootorpaat
ọkọ̀ omi
jalgratas
kẹ̀kẹ́
auto
ọkọ̀ ayọ́kẹ́lẹ́

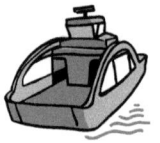

praam

ọpán

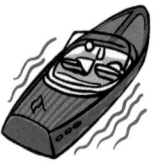

paat

ọpọ́n ojú omi

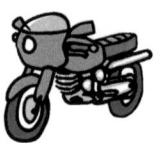

mootorratas

atapùpù

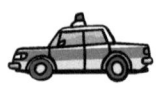

politseiauto

ọkọ̀ ọlọ́pàá

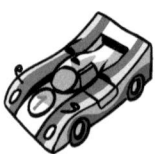

võidusõiduauto

ọkọ̀ ìsáré

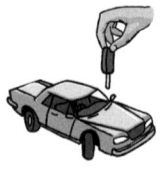

rendiauto

ọkọ̀ yíyá

ühisauto

àpínlò okò

puksiirauto

ìgbókò

prügiauto

okò dída ilè nù

mootor

manto

kütus

epo

tankla

ilé epo

liiklusmärk

àmì ìwakò

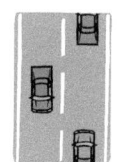

liiklus

ìwakò

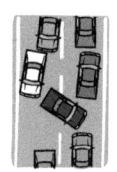

liiklusummik

súnkèrè

parkla

ibi ìgbókòsí

raudteejaam

ibùdókò ojú irin

rööpad

àwon òpópó

rong

okò ojú irin

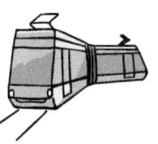

tramm

okò ori ilè

vagun

èrù

helikopter

ẹlikọputa

lennujaam

ibùdókọ̀ òfurufú

torn

òpó

reisija

èrò

konteiner

ibi ìpamọ́

pappkast

katun

käru

apẹ̀rẹ̀

korv

agbọ̀n

õhku tõusma / maanduma

gbéra / balẹ̀

linn
ìlú

küla

abúlé

kesklinn

àárín ìlú

maja

ilé

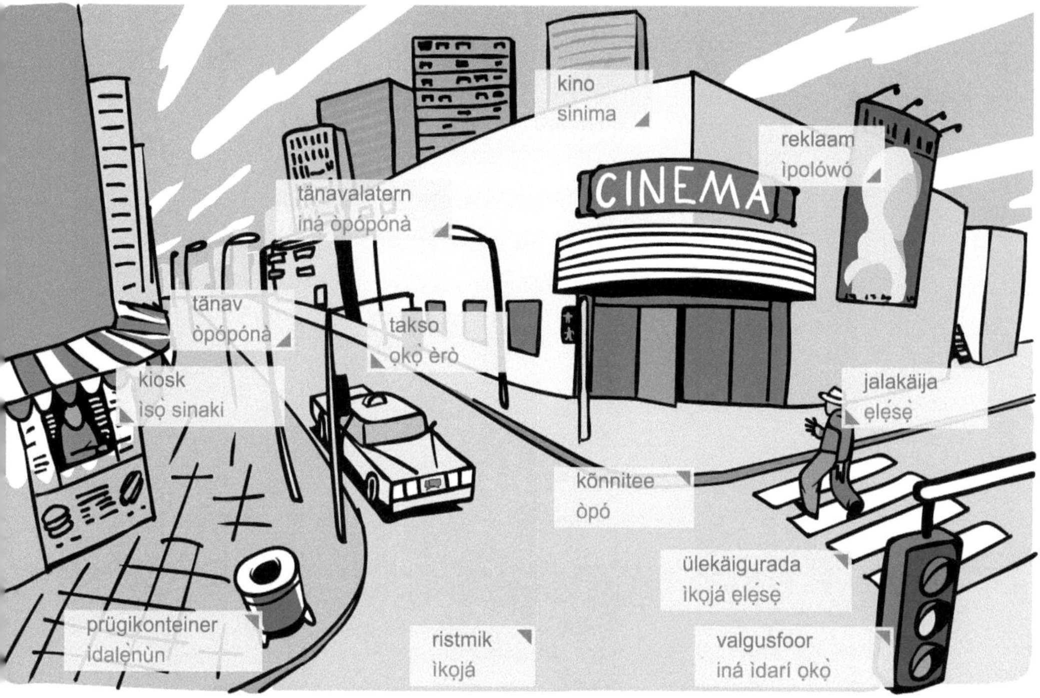

kino
sinima

reklaam
ìpolówó

tänavalatern
iná òpópónà

tänav
òpópónà

takso
okọ̀ èrò

kiosk
isọ̀ sinaki

jalakäija
ẹlẹ́sẹ̀

könnitee
òpó

ülekäigurada
ìkọjá ẹlẹ́sẹ̀

prügikonteiner
ìdalẹ̀nùn

ristmik
ìkọjá

valgusfoor
iná ìdarí ọkọ̀

osmik

abà

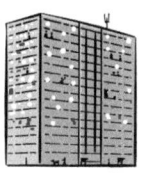

kortermaja

filati

raudteejaam

ibùdókọ̀ ojú irin

raekoda

ojúde

muuseum

musiọmu

kool

ilé-ìwé

ülikool

yunifasiti

pank

ilé ìfowópamǫ́

haigla

ilé ìwòsàn

hotell

ilé ìtura

apteek

olùta òògùn

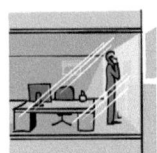

kontor

ǫfisi

raamatupood

ìsǫ̀ ìwé

kauplus

ìsǫ̀

lillepood

òdòdó

supermarket

ibi ìtajà

turg

ǫjà

kaubamaja

ibi ęka işę́

kalapood

ibi ęja

kaubanduskeskus

ibi ìrajà

sadam

bèbè omi

park
ibi ìgbafẹ́

pink
àga

sild
afárá

trepp
àgàsọ

metroo
abẹ́ ilẹ̀

tunnel
ihò ilẹ̀

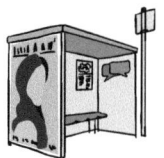

bussipeatus
ibùdókọ̀

baar
ilé ọtí

restoran
ilé oúnje

postkast
àpótí ifiwéránṣẹ́

tänavasilt
àmì òpópónà

parkimisautomaat
mita ìgbọ́kọ̀sí

loomaaed
ibi ẹranko

ujula
ibi ìwẹ̀

mošee
mọ́ṣáláṣí

talu
oko

reostus
ìdọ̀tí

surnuaed
ibi ìsìnkú

kirik
ilé ijọsìn

mänguväljak
ibi ìṣeré

tempel
tẹmpili

maastik
ẹlẹ́bùú

leht
ewé

teeviit
ajúwe

tee
ọ̀nà

aas
ilẹ̀ koríko

kivi
òkúta

puu
igi

matkaja
olùrìn

jõgi
odò

rohi
kóriko

lill
òdòdó

org
....
kòtò

mägi
....
òkè

järv
....
adágún omi

mets
....
aginjù

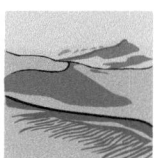

kõrb
....
aṣálẹ̀

vulkaan
....
ilẹ̀ ríru

linnus
....
ibùgbé

vikerkaar
....
òṣùmàrè

seen
....
esun

palm
....
ọpẹ

sääsk
....
`ẹfọn

kärbes
....
eṣinṣin

sipelgas
....
kòkòrò

mesilane
....
oyin

ämblik
....
alantakun

mardikas

làbọnlàbọn

konn

ọ̀pọ̀lọ́

orav

ọ̀kẹ́rẹ́ ńlá

siil

sẹ́sẹ́

jänes

ọ̀kẹ́rẹ́

öökull

òwiwí

lind

ẹyẹ

luik

pẹ́pẹ́yẹ ńlá

metssiga

ẹlẹ́dẹ́ igbó

hirv

àgbọ̀nrín

põder

àgbọ̀nrín ńlá

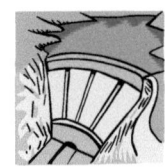

pais

adágún

tuuleturbiin

ọ̀pá afẹ́fẹ́

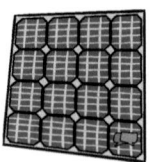

päikesepaneel

panẹ́ẹ̀lì òrùn

kliima

ojú-ọjọ́

restoran
ilé oúnjẹ

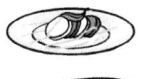

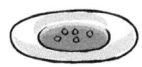

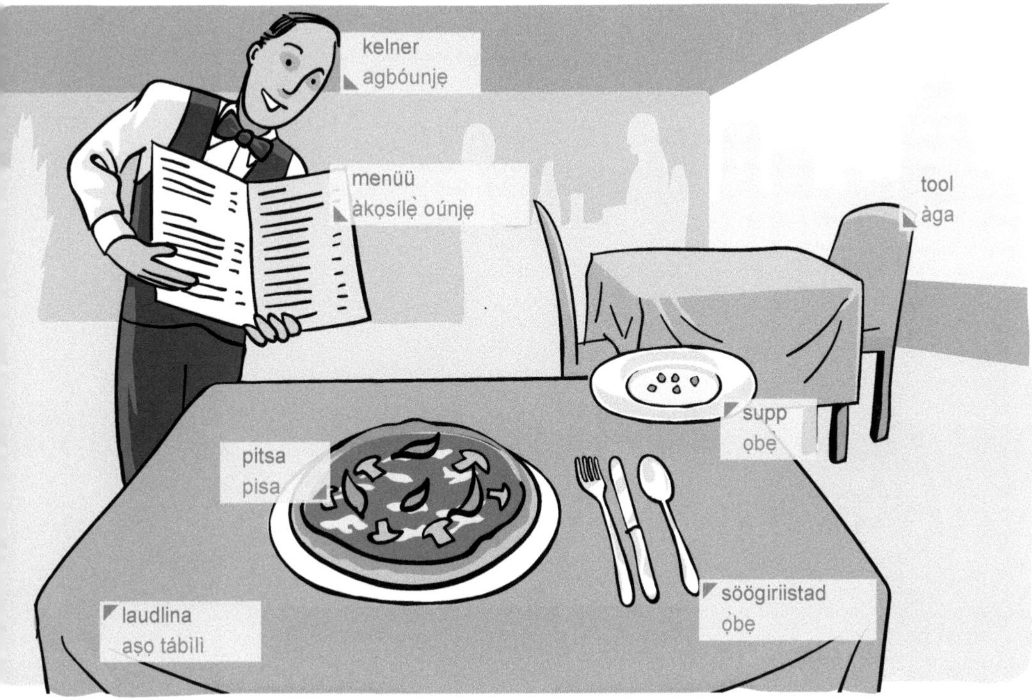
kelner
agbóunjẹ
menüü
àkọsílẹ̀ oúnjẹ
tool
àga
supp
ọbẹ
pitsa
pisa
söögiriistad
ọ̀bẹ
laudlina
aṣọ tábìlì

eelroog

ìpanu

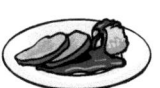

pearoog

oúnjẹ gangan

magustoit

ìpanu lẹ́yin oúnjẹ

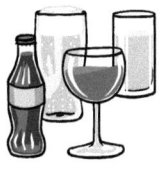

joogid

ohun mímu

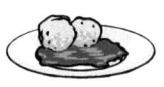

toit

oúnjẹ

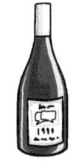

pudel

ìgò

kiirtoit

oúnjẹ kíá

tänavatoit

oúnjẹ òpópónà

teekann

abọ tii

suhkrutoos

abọ́ ṣúgà

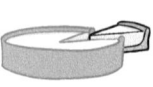

portsjon

ìpín

espressomasin

ẹ̀rọ ẹsipirẹso

lastetool

àga gíga

arve

ináwó oṣoṣù

kandik

tire

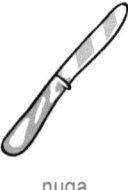

nuga

ọbẹ

kahvel

fọ́ọkì

lusikas

ṣíbí

teelusikas

ṣíbí tii

salvrätik

pépà ìnuwọ́

klaas

gilasi

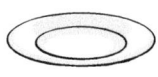

taldrik
abọ́

supitaldrik
abọ́ ọbẹ̀

alustass
pẹlẹbẹ

kaste
ọbẹ̀

soolatoos
kòkò iyọ̀

pipraveski
ilọta

äädikas
fẹniga

õli
òróró

vürtsid
èròjà

ketšup
kẹsọpu

sinep
mọsitadi

majonees
mayonesi

supermarket
ibi ìtajà

eripakkumine
ẹ̀dínwó
FOR
klient
oníbàárà
piimatooted
wàrà
puuviljad
èso
ostukäru
ọmọlanke

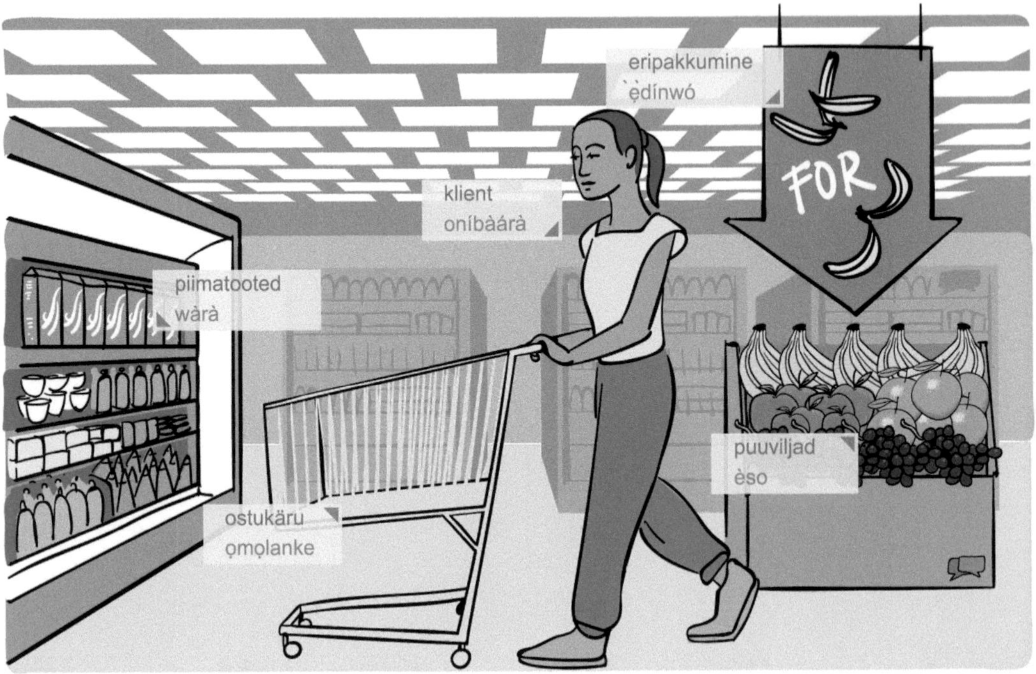

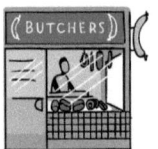

BUTCHERS

lihapood
alápatà

BAKERY

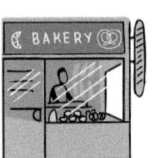

pagariäri
beka

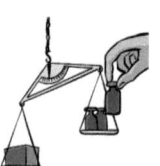

kaaluma
wọ̀n

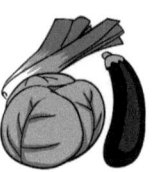

köögiviljad
ewébẹ̀

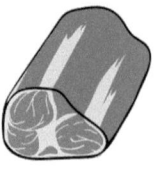

liha
ẹran

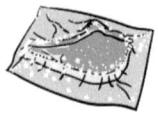

külmutatud toit
oúnjẹ dídì

lihalõigud
ẹran tútù

konservid
oúnjẹ agolo

pesupulber
ọṣẹ ìfọṣọ

maiustused
àdíndùn

majatarbed
àgbéjáde ẹbí

puhastustooted
ohun itọ́jú

müüja
olùtajà

kassaaparaat
tili

kassapidaja
akawó

ostunimekiri
àkójọ ìrajà

lahtiolekuajad
wákàtí ìbẹ̀rẹ̀

rahakott
ìpamọ́

krediitkaart
káàdì arọ́pò owó

kott
báàgì

kilekott
báàgì ọrá

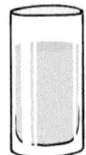

vesi

omi

mahl

omi èso

piim

wàrá

koola

koki

vein

waini

õlu

bia

alkohol

ọtí líle

kakao

kòkó

tee

tii

kohv

kọfí

espresso

ẹsipirẹso

cappuccino

kapusino

banaan

ọgẹdẹ

õun

apu

apelsin

ọsàn

arbuus

ẹ̀gúsí

sidrun

òronbò

porgand

karọti

küüslauk

galiki

bambus

ọparun

sibul

àlùbọsà

seen

esun

pähklid

ẹ̀pà

nuudlid

nodu

spagetid

sipajęti

riis

ìrẹsì

salat

saladi

friikartulid

ìpanu

praekartulid

ànàmọ́ díndín

pitsa

pisa

hamburger

bọ́gà

võileib

sanwịṣi

šnitsel

ẹran sísun

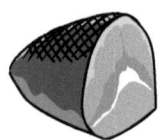

sink

ẹsẹ̀ ẹlẹ́dẹ̀

salaami

salami

vorst

sọseji

kana

ẹran ẹdìyẹ

praeliha

sun

kala

ẹja

kaerahelbed

oti pọreji

müsli

musẹli

maisihelbed

confulakisi

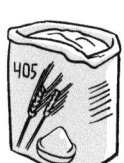

jahu

iyẹ̀fun

sarvesai

kirosanti

kukkel

rolu búrẹ́dì

leib

burẹdi

röstsai

dín

küpsised

bisikiti

või

bọ̀tà

kohupiim

kọdu

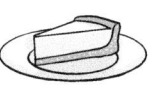

kook

keki

muna

ẹyin

praemuna

ẹyin díndín

juust

ṣiṣi

jäätis

aisi kirimu

suhkur

şúgà

mesi

oyin

moos

jamu

pähklivõie

àfira şokoleti

karri

kọri

talumaja
ilé oko

heinapall
kóriko

laut
àká

põld
pápá

hobune
àgbà ẹṣin

järelkäru
pọ́npọ́n

varss
ẹṣin

traktor
katakata

eesel
ẹṣin

lambatall
àgùntàn

lammas
àgùntàn

kits
ewúrẹ́

lehm
máàlù

vasikas
ọ̀dọ́ àgùntàn

siga
ẹlẹ́dẹ̀

põrsas
ọmọ ẹlẹ́dẹ̀

pull
àgbò

hani

ọmọ pẹ́pẹ́yẹ

part

pẹ́pẹ́yẹ

tibu

ọmọ adìyẹ

kana

adìyẹ

kukk

àkùkọ

rott

ẹ̀kúté

kass

olóngbò

hiir

eku

härg

kẹtẹkẹtẹ́

koer

ajá

koerakuut

ilé ajá

aiavoolik

ọ̀pá ọgbà

kastekann

abọ́ omi

vikat

scythe

ader

ọkọ̀ irúgbìn

sirp

abẹ oko

kõblas

ọkọ́

hang

irinṣẹ́ kóriko

kirves

àáké

käru

wilibaro

küna

àgbá

piimanõu

abọ wàrà

kott

àpò

tara

ògiri

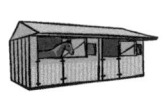

tall

pẹpẹ oko

kasvuhoone

ibi ìdáko

muld

ilẹ̀

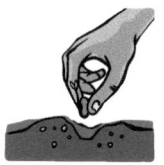

seeme

irúgbìn

väetis

ajílẹ̀

kombain

àkópọ̀ olùkórè

saaki koristama

ìkórè

saagikoristus

ìkórè

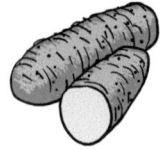

jamss

iṣu

nisu

bàbà

soja

soya

kartul

ànàmọ́

mais

àgbàdo

raps

irúgbìn rapu

viljapuu

igi èso

maniokk

ẹ̀gẹ́

teravili

jéró

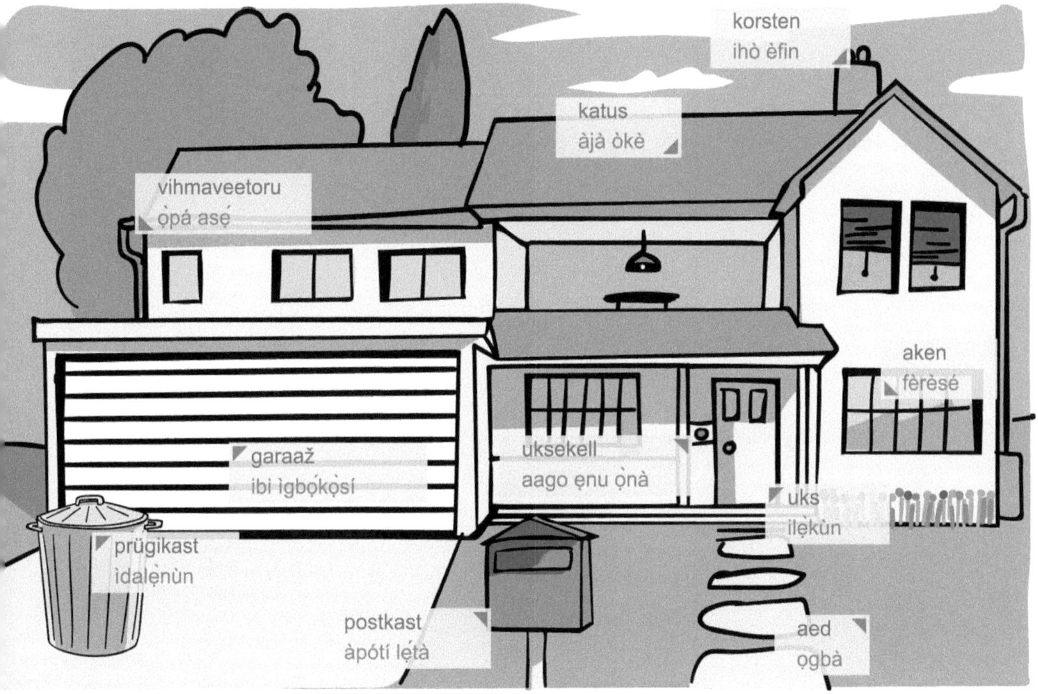

korsten
ihò èfin

katus
àjà òkè

vihmaveetoru
ọ̀pá asẹ́

aken
fèrèsé

garaaž
ibi ìgbọ́kọ̀sí

uksekell
aago ẹnu ọ̀nà

uks
ilẹ̀kùn

prügikast
idalẹ̀nùn

postkast
àpótí lẹ́tà

aed
ọgbà

elutuba

yàrá ìgbé

vannituba

ilé ìwẹ̀

köök

ilé ìdáná

magamistuba

yàrá ìbùsùn

lastetuba

yàrá ọmọdé

söögituba

yàrá ijẹun

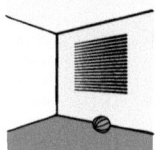

põrand

ilẹ̀

sein

ògiri ilé

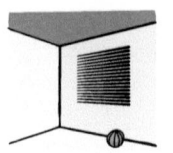

lagi

àjà

kelder

sẹla

saun

sauna

rõdu

ọ̀dẹ̀dẹ̀

terrass

ọnà

bassein

ibi ìwẹ̀

muruniiduk

ẹ̀rọ igéko

voodilina

ojú-ewé

päevatekk

aṣọ orí ibùsùn

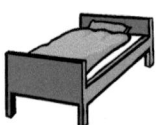

voodi

ibùsùn

luud

ọwọ̀

ämber

garawa

lüliti

yípo

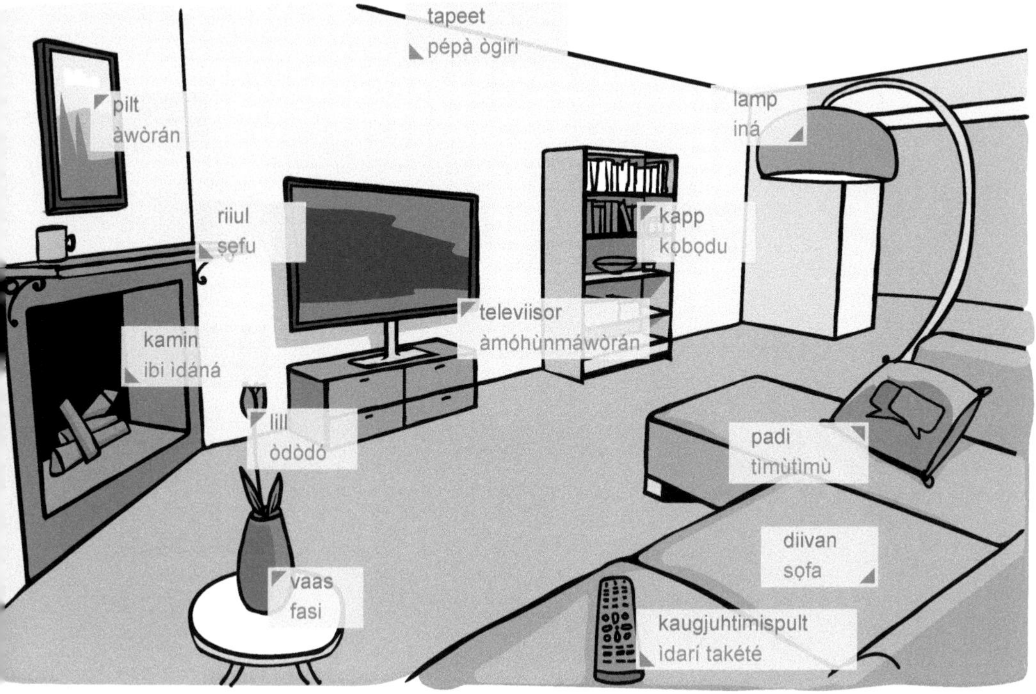

tapeet
pépà ògiri

pilt
àwòrán

lamp
iná

riiul
ṣefu

kapp
kọbọdu

kamin
ibi ìdáná

televiisor
àmóhùnmáwòrán

lill
òdòdó

padi
tìmùtìmù

diivan
sọfa

vaas
fasi

kaugjuhtimispult
ìdarí takété

vaip
kapẹti

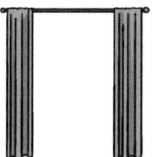

kardin
kọtini

laud
tábìlì

tool
àga

kiiktool
àga amìtìtì

tugitool
àga ọlọ́wọ́

raamat

ìwé

tekk

aṣọ ìbora

kaunistus

ọ̀ṣọ́

küttepuud

igi ìdáná

film

fíìmù

helisüsteem

irinṣẹ́ hi-fi

võti

kọ́kọ́rọ́

ajaleht

ìwé ìròyìn

maal

kíkunlé

plakat

àlẹ̀mọ́

raadio

redio

märkmik

ìkọ̀wé

tolmuimeja

ufa

kaktus

kakitọsi

küünal

àbẹ́là

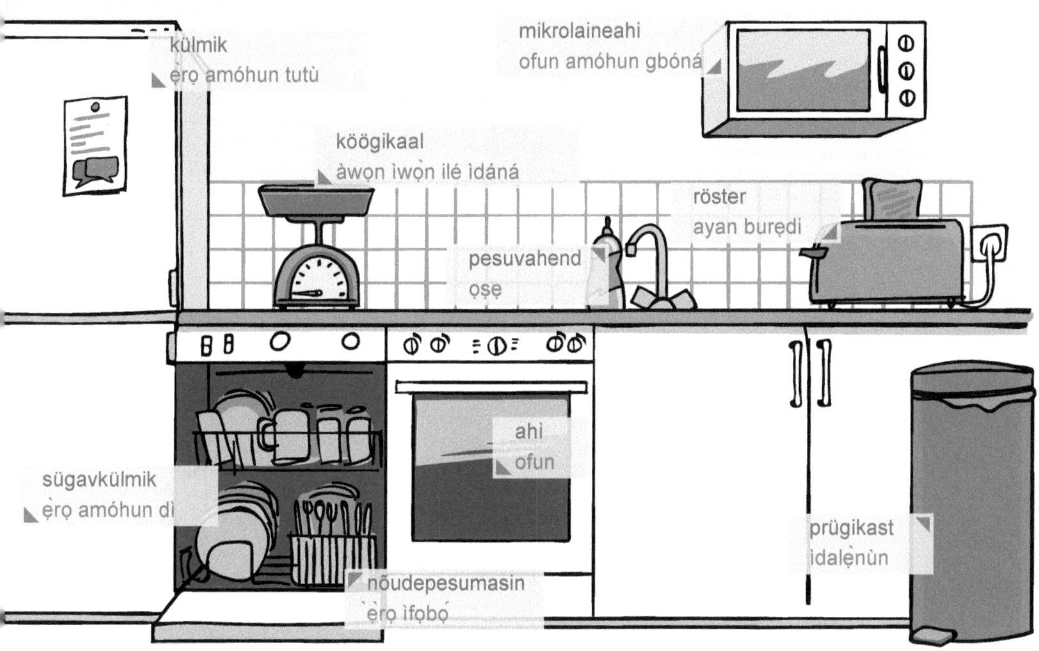

külmik
ẹ̀rọ amóhun tutù

mikrolaineahi
ofun amóhun gbóná

köögikaal
àwọn ìwọ̀n ilé ìdáná

röster
ayan burẹdi

pesuvahend
ọṣẹ

ahi
ofun

sügavkülmik
ẹ̀rọ amóhun dì

prügikast
ìdalẹ̀nùn

nõudepesumasin
ẹ̀rọ ìfọbọ́

pliit

ìdáná

pott

ìṣasun

malmpott

ìṣasun irin

vokkpann

wok / kadai

pann

panu

veekeetja

kẹturu

aurutaja

amoru

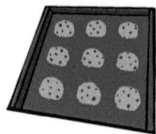

küpsetusplaat

pẹpẹ ìdáná

lauanõud

dídáná

kruus

ife gilasi

kauss

àdému

söögipulgad

igi ijẹun

kulp

ladu

pannilabidas

ṣíbí kòtò

vispel

wisiki

kurn

sitirena

sõel

asẹ́

riiv

gireta

uhmer

odó

grill

àsun

lahtine tuli

ibi ìdáná

lõikelaud

pẹpẹ gígé

tainarull

igi ilọ̀

korgitser

kọkisukuru

konservipurk

agolo

konserviavaja

olùṣí agolo

pajakinnas

àdìmú ìṣasun

kraanikauss

kòtò

hari

burọṣi

pesukäsn

kaninkanin

kannmikser

ẹrọ ìlọta

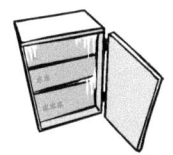

sügavkülmuti

ẹrọ amóhun dì oníkòtò

lutipudel

ohun ìjẹun ọmọdé

segisti

ẹnu ẹrọ omi

dušš
ìwẹ̀

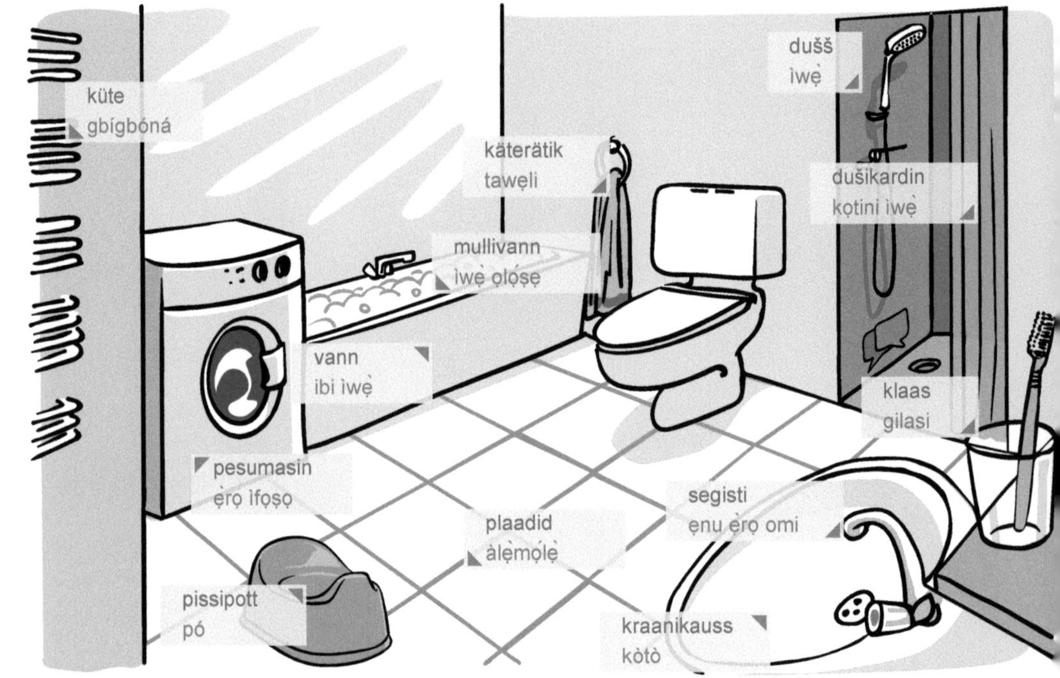

küte
gbígbóná

käterätik
tawẹli

dušikardin
kọtini ìwẹ̀

mullivann
iwẹ̀ olọ́ṣẹ

vann
ibi ìwẹ̀

klaas
gilasi

pesumasin
ẹ̀rọ ìfọṣọ

segisti
ẹnu ẹ̀rọ omi

plaadid
àlẹ̀mọ́lẹ̀

pissipott
pó

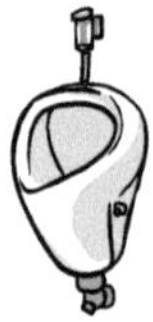

kraanikauss
kòtò

WC-pott	kükitamistualett	bidee
ibi ìyàgbẹ́	ibi ṣálángá	bidẹti

pissuaar	tualettpaber	WC-hari
títọ̀	pépa ibi ìyàgbẹ́	burọ̀ṣi ìbi ìyàgbẹ́

hambahari

igi ìfọnu

hambapasta

ọṣẹ ìfọnu

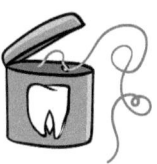

hambaniit

filọsi eyin

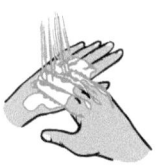

pesema

fọṣọ

käsidušš

ìwẹ̀ ọlọ́wọ́

intiimdušš

doṣi

pesukauss

basin

seljahari

burọṣi ẹ̀yìn

seep

ọṣẹ

dušigeel

gẹli ìwẹ̀

šampoon

ọ̀ṣẹ irun

vamm

filanẹni

äravool

sẹ́

kreem

ìpara

deodorant

olóòrùn dídún

peegel

dingi

käsipeegel

díngi ọwọ́

habemenuga

abẹ

raseerimisvaht

fomu ìfárungbọ̀n

habemevesi

lẹ́yìn ìfarungbọ̀n

kamm

ìyarun

hari

burọ̀ṣì

föön

agbẹrun

juukselakk

ìparun

meigikomplekt

ìmúra

huulepulk

ìtọ́tè

küünelakk

faniṣi èkaná

vatt

ọ̀wú

küünekäärid

sisọsi èkaná

parfüüm

pafumu

tualett-tarvete kott

báàgì iwẹ̀

taburet

àga

kaal

ìwọ̀n

hommikumantel

okùn iwẹ̀

kummikindad

ìbọ̀wọ́ rọ́bà

tampoon

tampun

hügieeniside

ìnuwọ́

keemiline tualett

ṣálángá kẹmika

lastetuba

yàrá ọmọdé

äratuskell
aago itaniji
pehme mänguasi
ìṣeré
mänguauto
ọkọ̀ ìṣeré
kõristi
ratu
nukumaja
ilé bèbí
kingitus
ẹ̀bùn

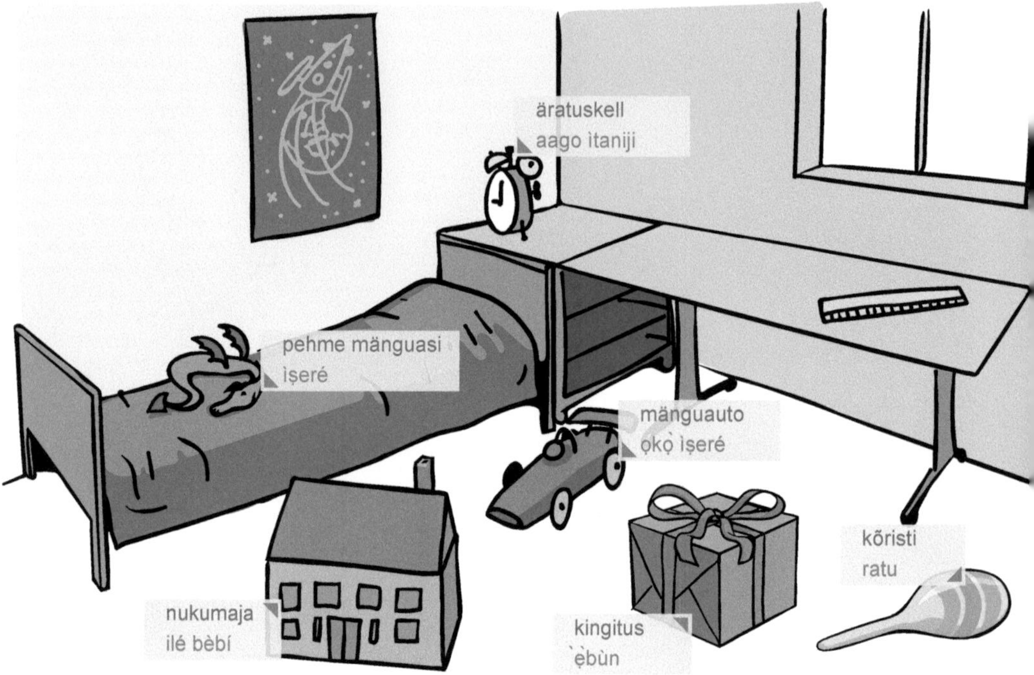

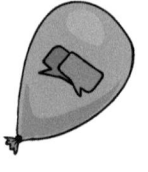

õhupall

fèrè

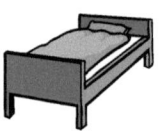

voodi

ibùsùn

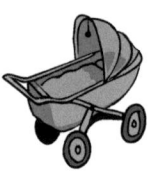

lapsevanker

ìgbọ́mọ

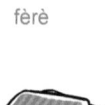

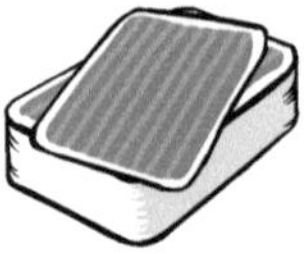

kaardipakk

àpapọ̀ káàdì

pusle

ayùn

SUPER
MEGA

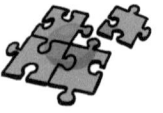

koomiks

àwàdà

Lego klotsid

àwọn biriki

klotsid

ohun ìṣeré

kujuke

figọ ìṣe

siputuspüksid

ìdàgbàsókè

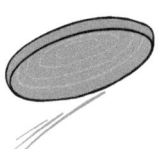

lendav taldrik

firisibi

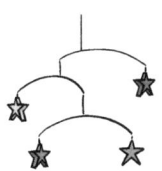

voodikarussell

alágbèéká

lauamäng

eré pẹpẹ

täringud

daisi

mudelrong

àkópọ ìkọni àwòṣe

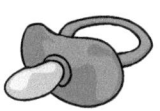

lutt

dọmi

pidu

ayẹyẹ

pildiraamat

ìwé àwòrán

pall

bọọlù

nukk

bèbí

mängima

ṣeré

liivakast

kòtò yẹpẹ̀

kiik

jangilofa

mänguasjad

àwọn ìṣeré

mängukonsool

kọ́nsolu iṣeré fídíò

kolmerattaline jalgratas

ẹlẹ́ṣẹ̀ mẹta

mängukaru

bèbí ọmọdé

riidekapp

ibi ìkaṣọsi

riietus

aṣọ

sokid

sọkisi

sukad

sitọkin

sukkpüksid

ṣòkòtò

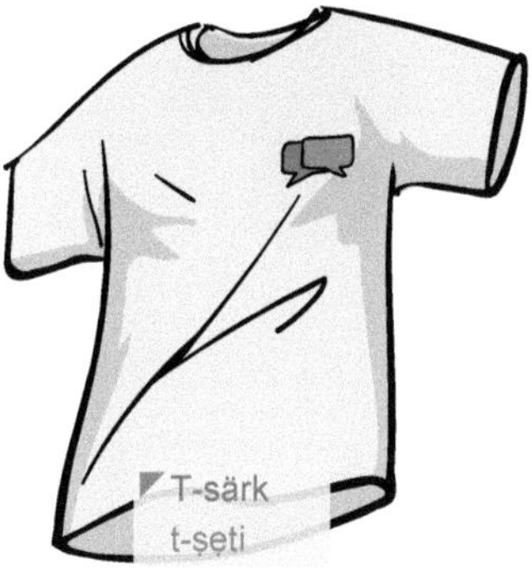

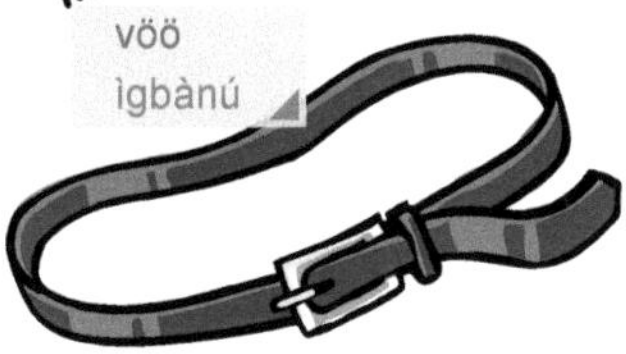

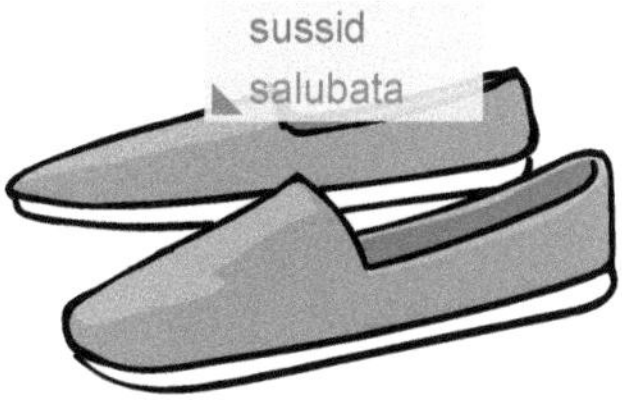

sall
sikafu

vihmavari
agböjò

T-särk
t-ṣeti

vöö
ìgbànú

saapad
bàtà

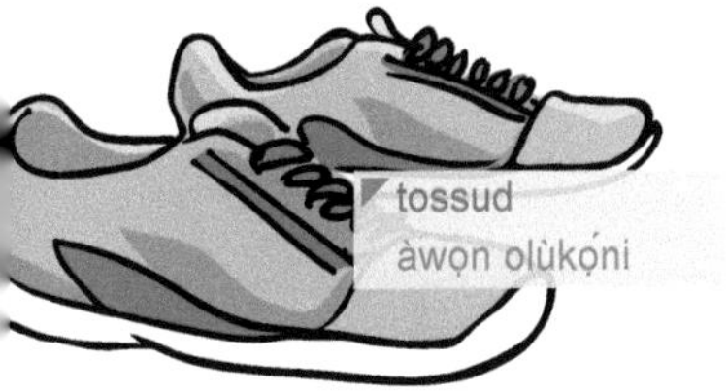

sussid
salubata

tossud
àwọn olùkọni

sandaalid
....
salubata

jalatsid
....
bàtà

kummikud
....
bàtà òjò

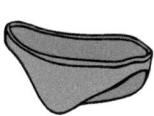

aluspüksid
....
pátá

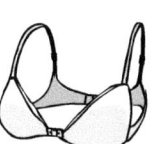

rinnahoidja
....
kọ́mú

vest
....
fẹsiti

bodi
ara

püksid
ṣòkòtò

teksapüksid
kakí

seelik
sikẹti

pluus
bulausi

särk
ṣẹti

sviiter
dúró

dressipluus
ìbòrí

bleiser
aṣọ òkè

jakk
aṣọ otútù

mantel
kotu

vihmamantel
aṣọ òjò

kostüüm
ìmúra

kleit
wọṣọ

pulmakleit
aṣọ ìgbéyàwó

ülikond

sutu

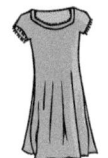

öösärk

aṣọ àwọ̀sùn

pidžaama

pijama

sari

sari

pearätt

gèlè

turban

tọbanu

burka

bọka

kaftan

kafitani

abayah

abaya

ujumistrikoo

aṣọ ìwẹdò

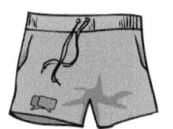

ujumispüksid

aṣọ àwọ̀sókè

lühikesed püksid

penpe

dressid

kotu

põll

aṣọ ìdáná

kindad

ìbọ̀wọ́

nööp
bọ̀tìnnì

prillid
awò

käevõru
ẹgbà ọwọ́

kaelakee
ẹgbà ọrùn

sõrmus
òrùka

kõrvarõngas
gbígbọ́

nokamüts
filà

riidepuu
ìkọ́ kotu

kaabu
àkẹtẹ̀

lips
tai

tõmblukk
sipu

kiiver
koto

traksid
bìresi

koolivorm
aṣọ ilé-ìwé

vormirõivad
yunifọmu

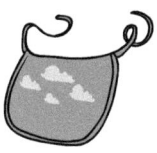

pudipõll

bibu

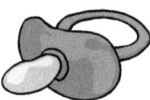

lutt

dọmi

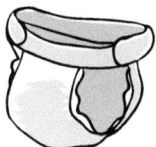

mähe

ìlédìí

kontor
ọfisi

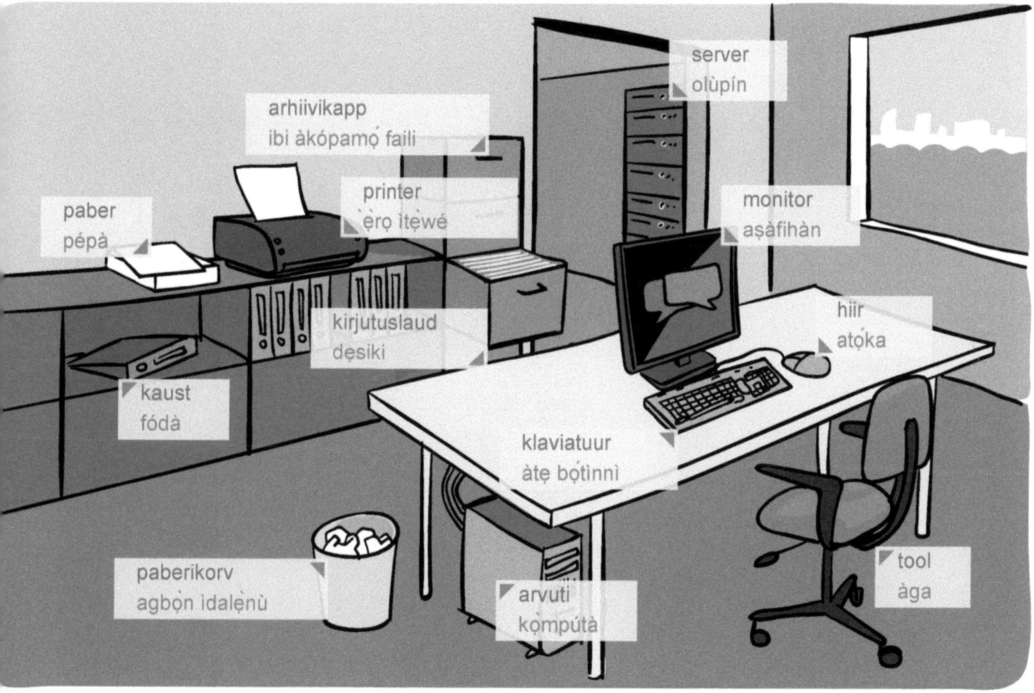
server
olùpín
arhiivikapp
ibi àkópamọ́ faili
printer
ẹ̀rọ ìtẹ̀wé
paber
pépà
monitor
aṣàfihàn
kirjutuslaud
dẹsiki
hiir
atọ́ka
kaust
fódà
klaviatuur
àtẹ bọ́tìnnì
paberikorv
agbọ̀n ìdalẹ̀nù
arvuti
kọ̀mpútà
tool
àga

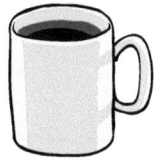

kohvikruus

ife kọfí

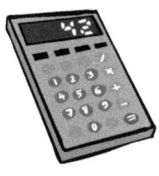

kalkulaator

ẹ̀rọ ìṣirò

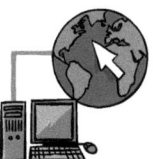

internet

ayélujára

sülearvuti
kọmpútà àgbélétan

kiri
lẹ́tà

sõnum
ìfiránṣẹ́

mobiiltelefon
alágbèéká

võrk
nẹ́tíwọ̀kì

koopiamasin
ẹ̀rọ ẹdà

tarkvara
sọftwia

telefon
ẹ̀rọ ìbánisọ̀rọ̀

pistikupesa
ihò iná

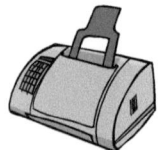

faksimasin
ẹ̀rọ fakisi

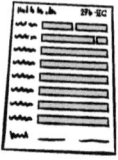

vorm
fọ́ọ̀mù

dokument
ìwé àkọsílẹ̀

ostma

rà

maksma

sanwó

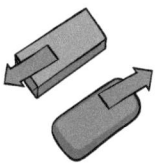

vahetama

ṣòwò

raha

owó

dollar

dọla

euro

yuro

jeen

yẹni

rubla

rọbu

Šveitsi frank

Siwisi frans

renminbi jüaan

renminbi yuan

ruupia

rupi

sularahaautomaat

ibi owó

valuutavahetuspunkt

ibi ìpàrọ̀ owó

kuld

wúrà

hõbe

fàdákà

nafta

epo

energia

agbára

hind

iye

leping

àdéhùn

maks

owó orí

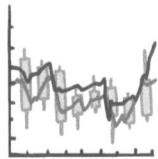

aktsia

ìpín ọjà

töötama

ṣiṣẹ́

töötaja

òṣìṣẹ́

tööandja

agbani síṣẹ́

tehas

ilé iṣẹ́

kauplus

ìsọ̀

ametid
àwọn iṣẹ́ ààyò

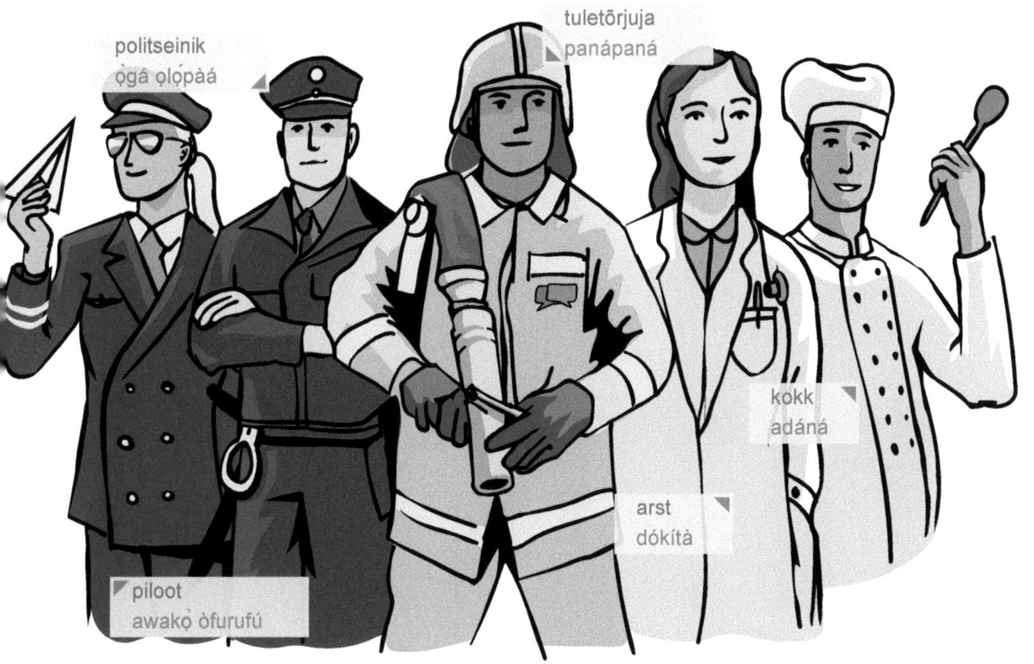
tuletõrjuja
panápaná
politseinik
ọ̀gá ọlọ́pàá
kokk
adáná
arst
dókítà
piloot
awakọ̀ òfurufú

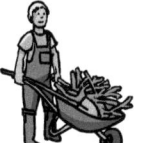

aednik

olọ́gbà

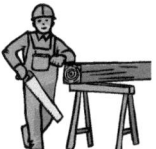

puusepp

gbẹ́nàgbẹ́nà

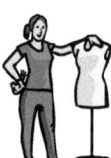

õmbleja

aránṣọ

kohtunik

adájọ́

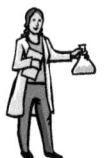

keemik

olóògùn

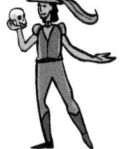

näitleja

òṣèré

bussijuht
awakọ̀ èrò

taksojuht
awakọ̀ èrò

kalamees
apeja

koristaja
omidan agbálẹ̀

katusepaigaldaja
kanlékanlé

kelner
agbóunjẹ

jahimees
ọdẹ

maaler
akunlé

pagar
olùṣe ìyẹ̀fun

elektrik
aṣàtúnṣe iná

ehitaja
akọ́lé

insener
amojú ẹ̀rọ

lihunik
alápatà

torumees
pulọmba

postiljon
afiwé ránṣẹ́

sõdur
jagunjagun

arhitekt
ayàwòrán ilé

kassapidaja
akawó

lillemüüja
olódòdó

juuksur
aṣerun lóge

piletikontrolör
adarí èrò

mehaanik
aṣàtúnṣe ọkọ̀

kapten
adarí

hambaarst
olùtọ́jú eyin

teadlane
onímọ̀ ìjìnlẹ̀

rabi
olùkọ́ni

imaam
imamu

munk
mọnki

preester
òjíṣẹ́ Ọlọ́run

tööriistad
àwọn irinṣẹ́

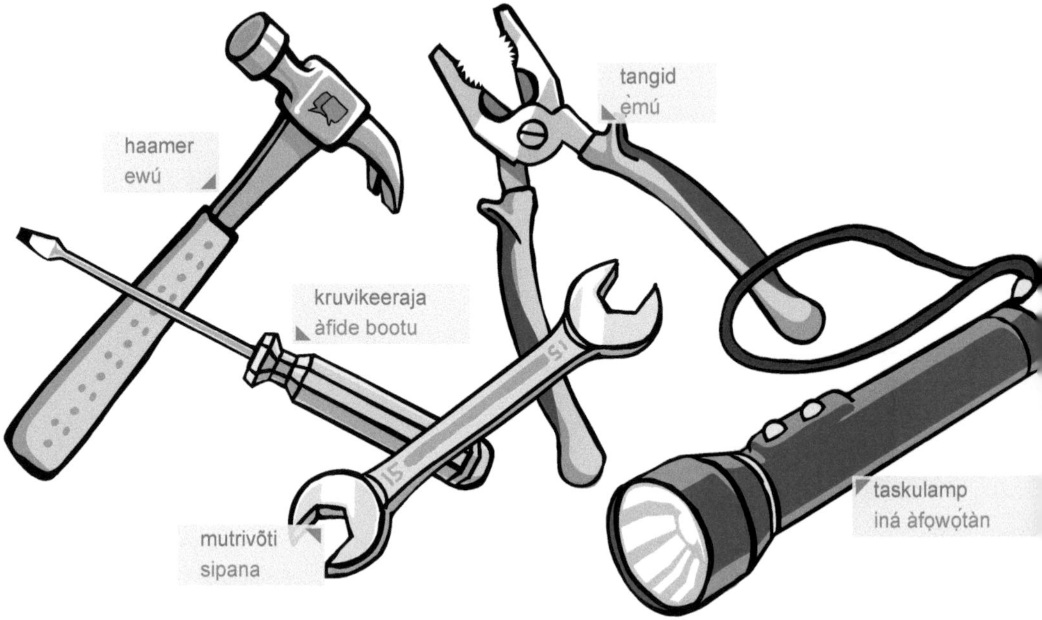
tangid
ẹ̀mú
haamer
ewú
kruvikeeraja
àfide bootu
taskulamp
iná àfọwọ́tàn
mutrivõti
sipana

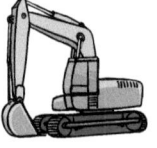

ekskavaator

jiga

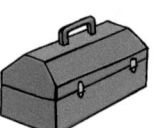

tööriistakast

àpótí irinṣẹ́

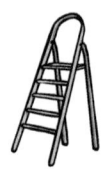

redel

àgàsọ̀

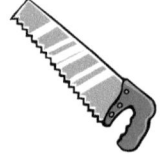

saag

ayùn

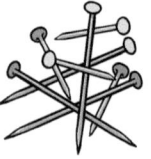

naelad

èṣó

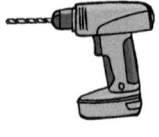

trell

ìlu

parandama

túnṣe

labidas

sọ̀bìrì

Põrgusse!

Adágún!

kühvel

igbá ìdọ̀tí

värvipott

kòkò ọ̀dà

kruvid

bootu

pillid
àwọn irinṣẹ́ orin

trummikomplekt
àkópọ̀ ìlù

kõlar
gbohùngbohùn

kontrabass
baasi oníméjì

trompet
fèrè

kitarr
jita

klaver

dùrù

viiul

faolin

bass

baasi

timpan

timpani

trummid

àwọn ìlù

süntesaator

kiibọdu

saksofon

sasofonu

flööt

fèrè ìpè

mikrofon

ẹ̀rọ gbohùngbohùn

loomaaed
ibi ẹranko

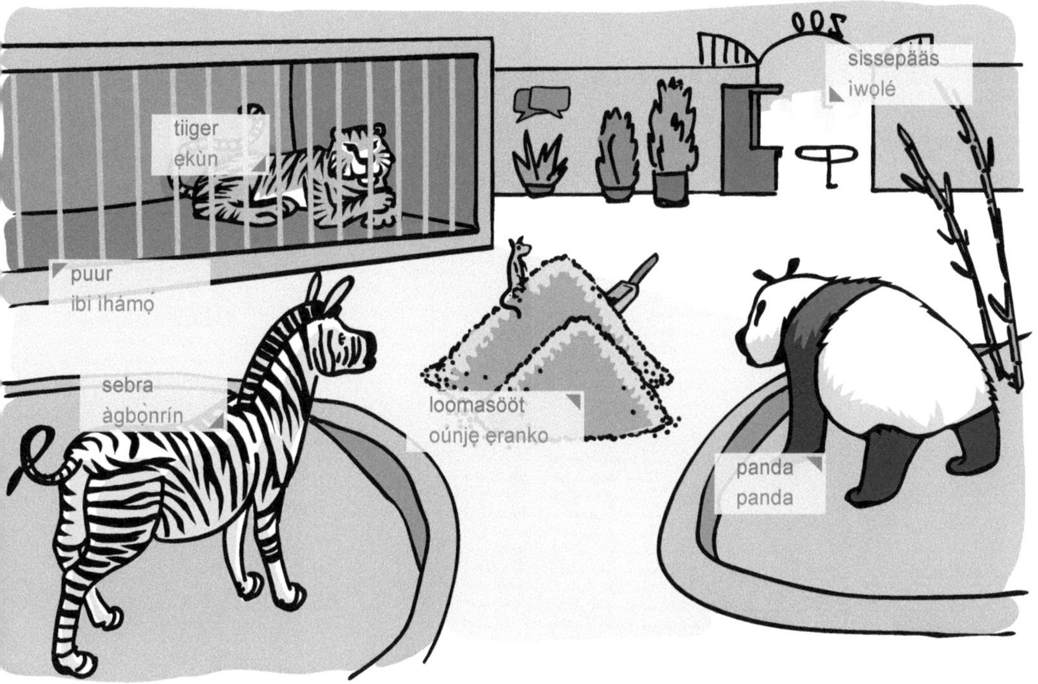

sissepääs
ìwọlé
tiiger
ẹkùn
puur
ibi ìhámọ́
sebra
àgbọ̀nrín
loomasööt
oúnjẹ ẹranko
panda
panda

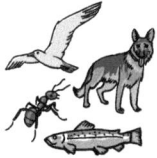

loomad

àwọn ẹranko

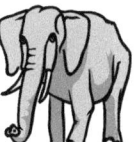

elevant

erin

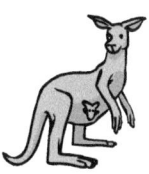

känguru

kangaruu

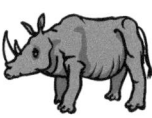

ninasarvik

raino

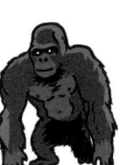

gorilla

ọ̀bọ lagido

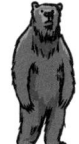

karu

biari

kaamel

kẹ́tẹ̀kẹ̀tẹ́

jaanalind

ẹyẹ agùnlọ́rùn

lõvi

kìniún

ahv

ọ̀bọ

flamingo

yọjayọja

papagoi

ayékòótọ́

jääkaru

biari omi

pingviin

pinguin

hai

ṣaki

paabulind

ọkín

madu

ejò

krokodill

ọ̀nì

loomaaiatalitaja

olùtọ́jú ibi ẹranko

hüljes

sili

jaaguar

jagua

poni

poni

leopard

ẹkùn

jõehobu

ẹran omi

kaelkirjak

jirafi

kotkas

àṣá

metssiga

ẹlẹ́dẹ́ igbó

kala

ẹja

kilpkonn

ìjàpá

morsk

wọrọsi

rebane

kọ̀lọ̀kọ̀lọ̀

gasell

gasẹli

Ameerika jalgpall
Bọ́ọ̀lù àfẹsẹ̀gbá Amẹ́rika

jalgrattasõit
kẹ̀kẹ́

tennis
tẹnisi

korvpall
bọ́ọ̀lù agbọ̀n

ujumine
ìwẹ̀ odò

poksimine
ẹlẹsẹ́ẹ́

jäähoki
ọki yìnyín

jalgpall

bọ́ọ̀lù àfẹsẹ̀gbá

sulgpall

badmintin

kergejõustik

àwọn tí ń sáré

käsipall

bọ́ọ̀lù ọlọ́wọ́

suusatamine

eré orí yìnyín

polo

polo

tegevused
àwọn iṣẹ́

naerma
rẹ́rìín
hüppama
fò
kallistama
dìmọ́
jalutama
rìn
laulma
kọrin
unistama
àlá
palvetama
gbàdúrà
suudlema
fẹnukò

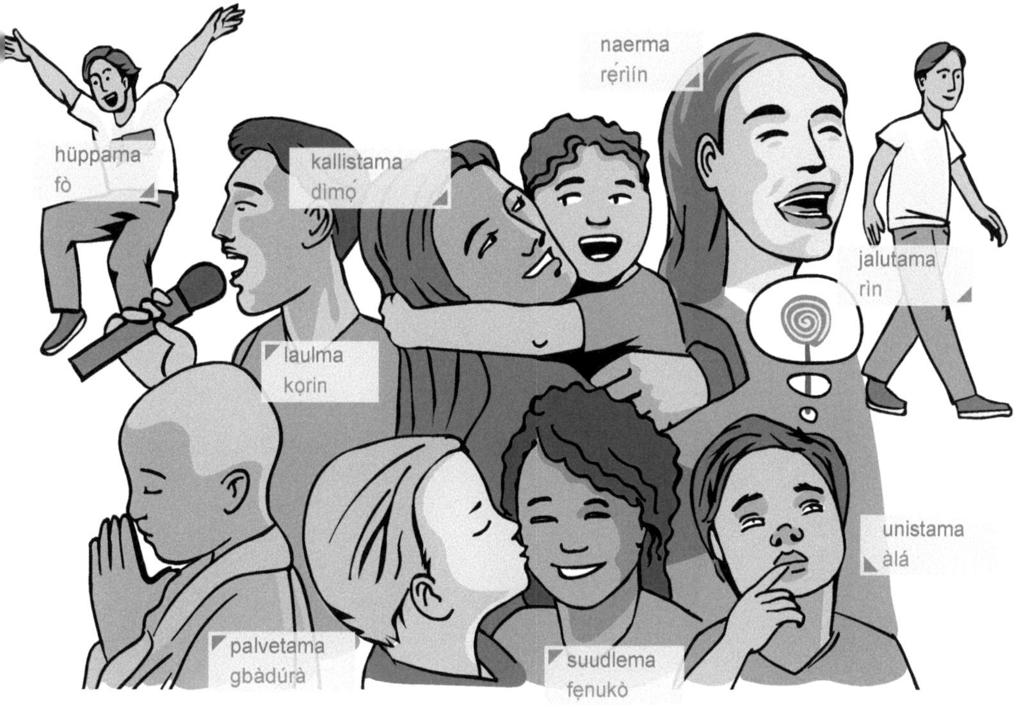

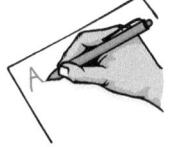

kirjutama
kọ̀wé

joonistama
yàwòrán

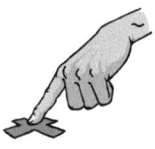

näitama
fihàn

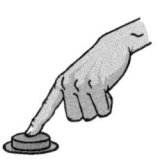

lükkama
tì

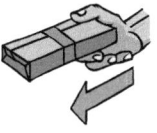

andma
funni

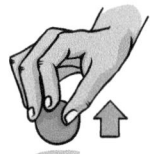

võtma
mú

omama
ní

tegema
şe

olema
jẹ́

seisma
dúró

jooksma
sáré

tõmbama
fà

viskama
jù

kukkuma
şubú

lamama
parọ́

ootama
dúró

kandma
gbé

istuma
jókòó

riidesse panema
múra

magama
sùn

ärkama
jí

vaatama

wo

nutma

kígbe

paitama

ọ̀pá

kammima

ìlarun

rääkima

sọ̀rọ̀

aru saama

lóye

küsima

bèrè

kuulama

tẹtí

jooma

omi

sööma

jẹun

korrastama

palẹ̀mọ́

armastama

ìfẹ́

süüa tegema

dáná

sõitma

wakọ̀

lendama

fò

purjetama

ìgbín

arvutama

ṣírò

lugema

kàwé

õppima

kọ́

töötama

ṣiṣẹ́

abielluma

gbéyàwó

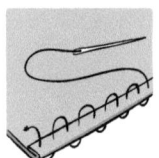

õmblema

ránṣọ

hambaid pesema

fọ eyín

tapma

pa

suitsetama

mu sìgá

saatma

firánṣẹ́

vanaema
iyá ńlá

vanaisa
bàbá ńlá

isa
bàbá

ema
iyá

imik
ọmọdé

tütar
ọmọbìnrin

poeg
ọmọkùnrin

külaline
àlejò

tädi
àbúrò ìyá

onu
àbúrò bàbá

vend
arákùnrin

õde
arábìnrin

keha

ara

otsmik
iwájú orí
silm
ẹyinjú
nägu
ojú
lõug
àgbọ̀n
sõrm
ìka
käsi
ọwọ́
rind
ọyàn
käsivars
apá
õlg
èjìká
jalg
ẹsẹ̀

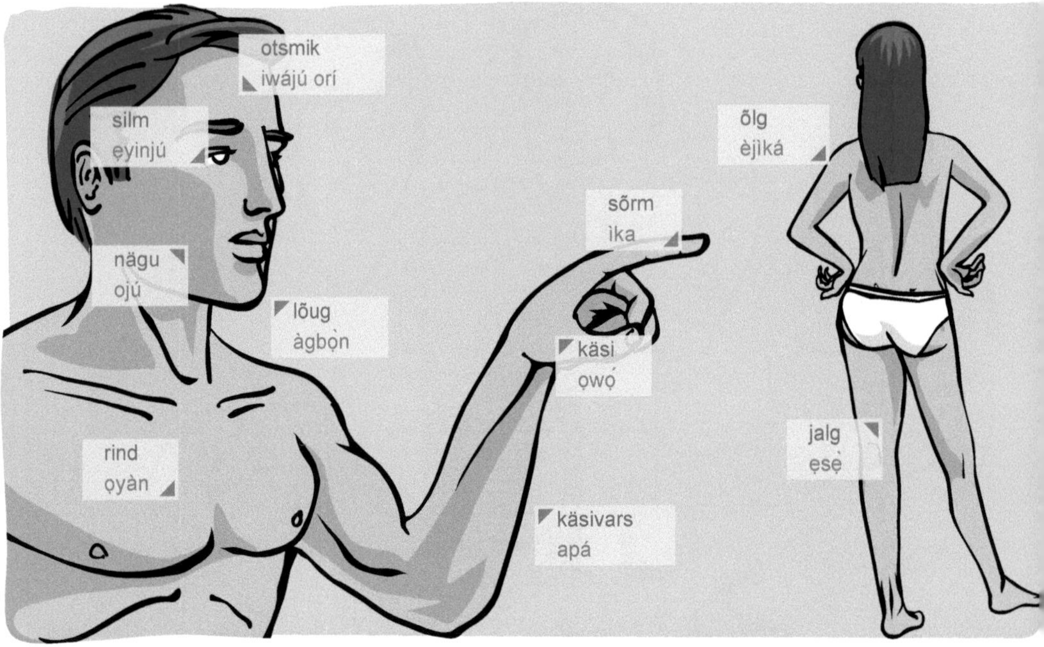

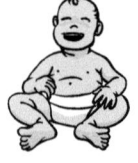

imik

ọmọdé

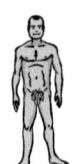

mees

ọkùnrin àgbà

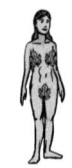

naine

obìnrin àgbà

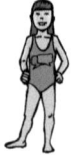

tüdruk

obìnrin

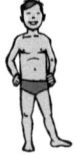

poiss

ọkùnrin

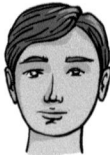

pea

orí

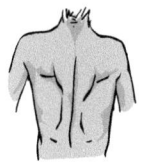

selg

ẹ̀yìn

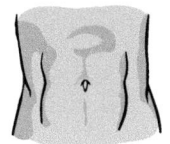

kõht

inú

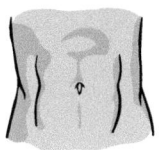

naba

ìdodo

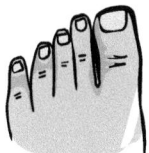

varvas

ìka ẹsẹ̀

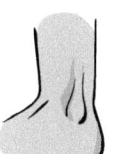

kand

ẹ̀yìn ẹsẹ̀

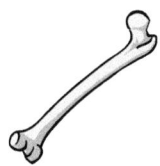

luu

egungun

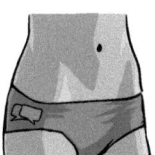

puus

ìbàdí

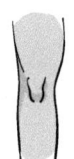

põlv

orúnkún

küünarnukk

ìgúpá

nina

imú

tagumik

ìdí

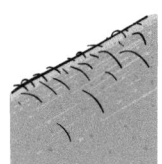

nahk

awọ

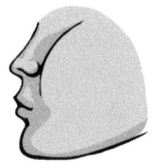

põsk

ẹ̀rẹ̀kẹ́

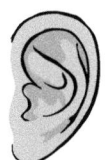

kõrv

etí

huuled

ètè

suu

ẹnu

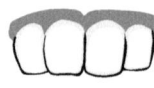

hammas

eyín

keel

ahọn

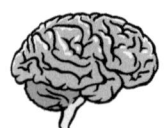

aju

ọpọlọ

süda

ọkàn

lihas

iṣan

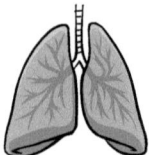

kops

ìfun

maks

ẹ̀dọ̀

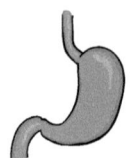

magu

ikùn

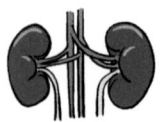

neerud

kíndìrín

seksuaalvahekord

ìbálòpọ̀

kondoom

rọbà àbò

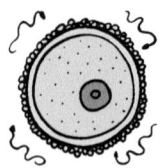

munarakk

ofumu

sperma

àtọ̀

rasedus

oyún

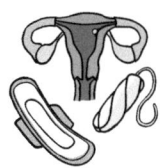

menstruatsioon

ǹkan oṣù

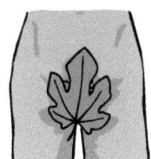

vagiina

òbò

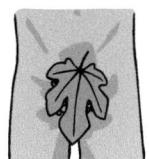

peenis

okó

kulm

ìpénpéjú

juuksed

irun

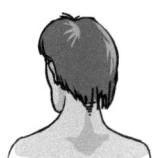

kael

ọrùn

haigla
ilé ìwòsàn

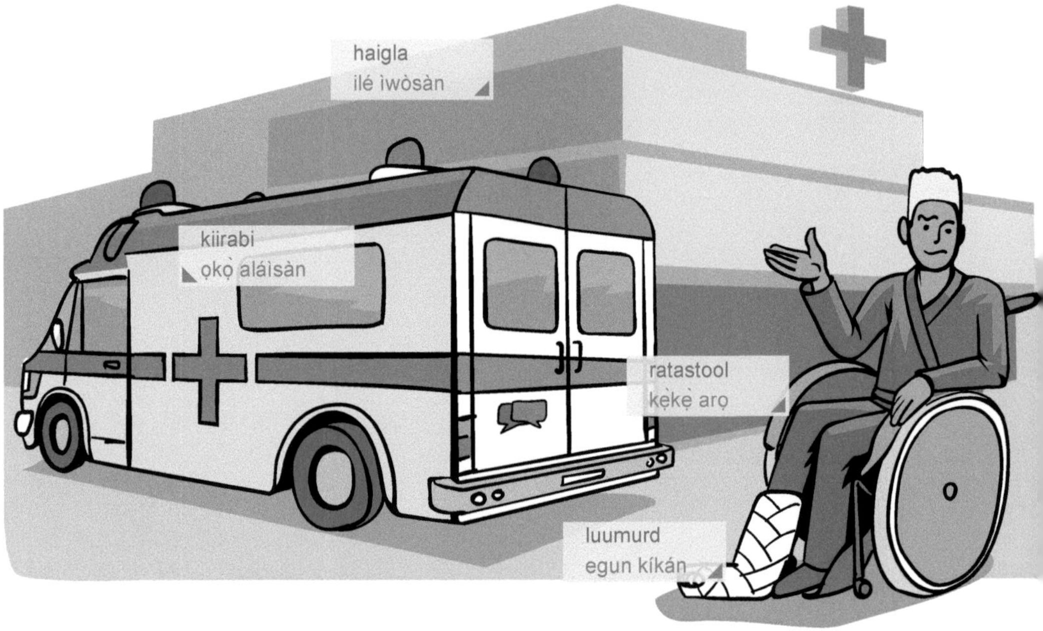

haigla
ilé ìwòsàn
kiirabi
ọkọ̀ aláìsàn
ratastool
kẹ̀kẹ́ arọ
luumurd
egun kíkán

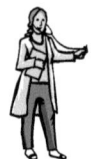

arst
dókítà

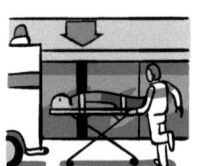

traumapunkt
yàrá pàjáwìrì

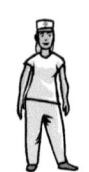

meditsiiniõde
nọ́ọ̀sì

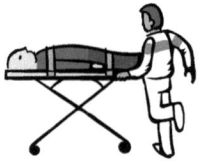

hädaolukord
pàjáwìrì

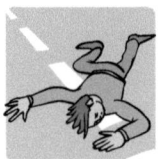

teadvuseta
dákú

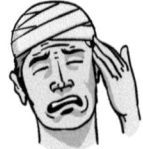

valu
ìrora

vigastus

egbò

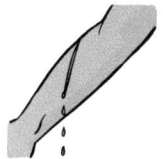

verejooks

èjè dídà

südamerabandus

àìsàn okàn

insult

ropárosè

allergia

àlébù ògùn

köha

ikó

palavik

ibà

gripp

ofinkin

kõhulahtisus

ìgbé gburu

peavalu

èfórí

vähk

jejere

diabeet

ìtò súgà

kirurg

alábe

skalpell

abéfélé

operatsioon

isé abe

KT
CT

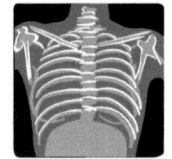

röntgen
x-ray

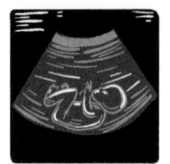

ultraheli
ọtirasandi

mask
aṣọ ìbòjú

haigus
àrùn

ooteruum
yàrá ìdúró

kark
ọ̀pá

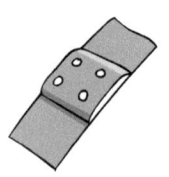

kips
àlẹ̀mọ́

side
aṣọ àfiwé

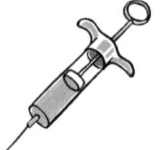

süst
abẹ́rẹ́

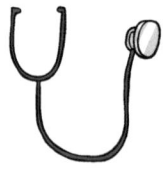

stetoskoop
àyẹ̀wò ẹ̀émì

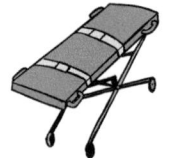

kanderaam
àtẹ aláìsàn

kraadiklaas
ẹ̀rọ ìwọ̀n oru ilé ìwòsàn

sünd
ìbí

ülekaaluline
ìsanrajù

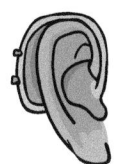

kuuldeaparaat

ẹ̀rọ àfigbọ́rọ̀

desinfektsioonivahend

apa kòkòrò

põletik

àkóràn

viirus

kòkòrò

HIV / AIDS

Àrùn HIV / AIDS

meditsiin

òògùn

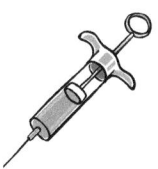

vaktsineerimine

àjẹsára

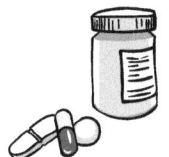

tabletid

tabulẹti

pill

òògùn

hädaabikõne

ìpè pàjáwìrì

vererõhuaparaat

atọpinpin ẹ̀jẹ̀ ríru

haige / terve

àìsàn / lera

Appi!

Ìrànlǫ́wǫ́!

häire

ìtanijí

kallaletung

ìluni

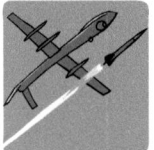

rünnak

ìdójukǫ

oht

ewu

avariiväljapääs

ìjáde pàjáwìrì

Tulekahju!

Iná!

tulekustuti

panápaná

õnnetus

ìjàmbá

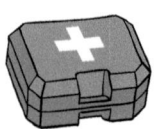

esmaabikomplekt

àpótí ìtǫ̀jú aláìsàn

SOS

SOS

politsei

ǫlǫ́pàá

Euroopa

Yuropu

Põhja-Ameerika

North Amerika

Lõuna-Ameerika

South Amerika

Aafrika

Afirika

Aasia

Esia

Austraalia

Osirelia

Atlandi ookean

Atlantic

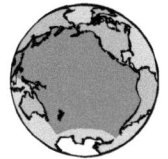

Vaikne ookean

Pacific

India ookean

Indian Ocean

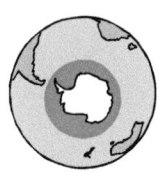

Lõuna-Jäämeri

Antarctic Ocean

Põhja-Jäämeri

Arctic Ocean

põhjapoolus

Òpó Ìlà Òrùn

Iõunapoolus

Òpó Ìwọ̀ Òrùn

Antarktika

Antarctica

Maa

Ayé

maismaa

ilẹ̀

meri

òkun

saar

erékùsù

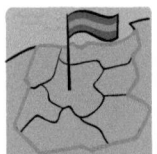

rahvus

orílẹ̀-èdè

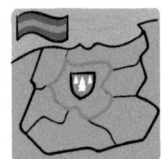

riik

ìpínlẹ̀

sihverplaat

ojú aago

tunniosuti

ọwọ́ wákàtí

minutiosuti

ọwọ́ ìṣẹ́jú

sekundiosuti

ọwọ́ ìṣẹ́jú ààyá

Mis kell on?

Kínni aago sọ?

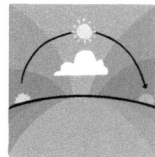

päev

ojọ́

aeg

àkókò

praegu

báyìí

digitaalne kell

aago onínọ́mbà

minut

ìṣẹ́jú

tund

wákàtí

nädal
ọ̀sẹ̀

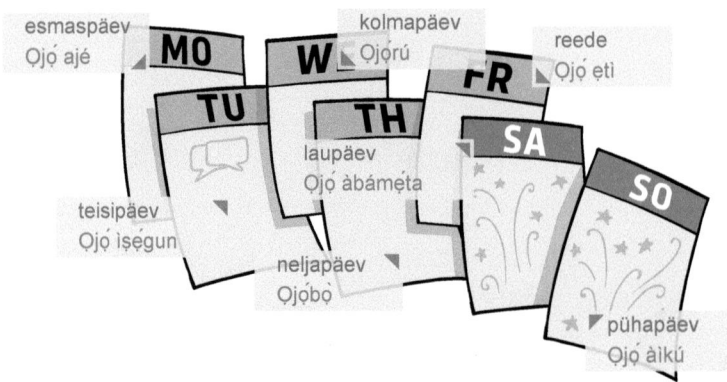

esmaspäev
Ojọ́ ajé

kolmapäev
Ojọ́rú

reede
Ojọ́ ẹtì

teisipäev
Ojọ́ ișẹgun

laupäev
Ojọ́ àbámẹ̀ta

neljapäev
Ojọ́bọ

pühapäev
Ojọ́ àìkú

eile

àná

täna

òní

homme

ọla

hommik

àárọ̀

lõuna

ọ̀sán

õhtu

ìrọ̀lẹ́

MO TU WE TH FR SA SU
1 2 3 4 5 6 7
8 9 10 11 12 13 14
15 16 17 18 19 20 21
22 23 24 25 26 27 28
29 30 31 1 2 3 4

tööpäevad

àwọn ojọ́ iṣẹ́

MO TU WE TH FR SA SU
1 2 3 4 5 6 7
8 9 10 11 12 13 14
15 16 17 18 19 20 21
22 23 24 25 26 27 28
29 30 31 1 2 3 4

nädalavahetus

ìparí ọ̀sẹ̀

aasta
ọdún

vihm
òjò
vikerkaar
òṣùmàrè
tuul
afẹ́fẹ́
lumi
yìnyín
kevad
ìgbà otútù díẹ̀
sügis
ìgbà oru díẹ̀
suvi
ìgbà oru
talv
ìgbà otútù

4.APRIL 11°
5.APRIL 4°
6.APRIL 13°
7.APRIL 8°
8.APRIL 10°

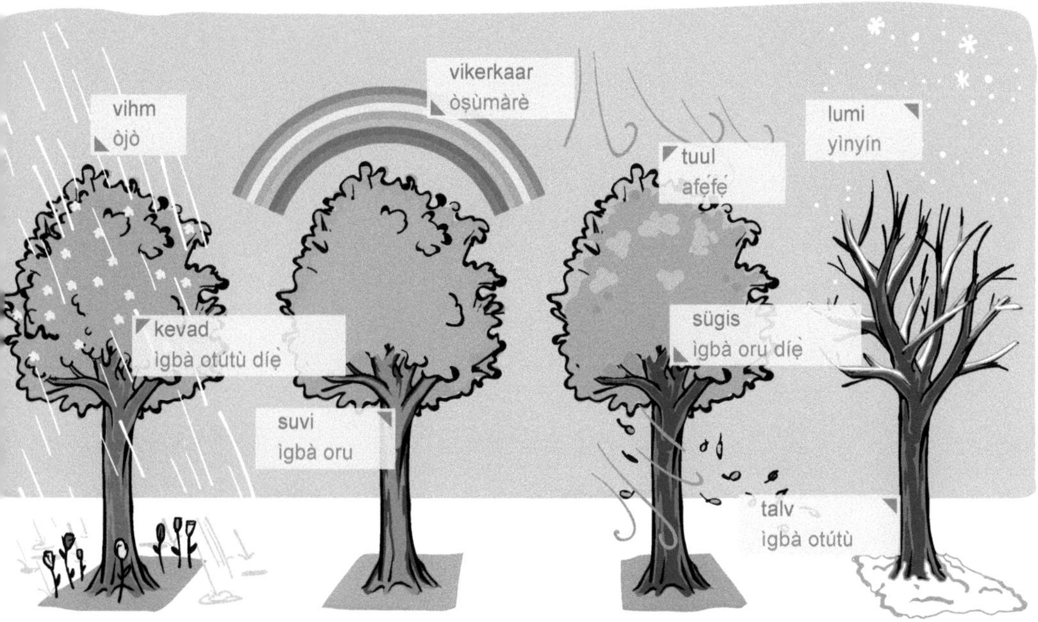

ilmaennustus

ìsọtẹ́lẹ̀ ojú-ọjọ́

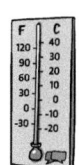

F C
120 40
90 30
60 20
30 10
0 0
-30 -10
-20

termomeeter

ẹ̀rọ ìwọ̀n oru

päikesepaiste

ìtànsán òrùn

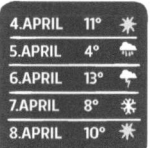

pilv

òfurufú

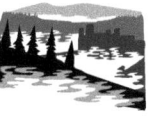

udu

ọ̀pọ̀lọ́

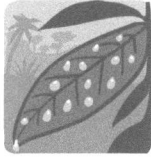

niiskus

ọ̀gìnniti

pikne

iná

kõu

àrá

torm

ìjì

rahe

kùrukùru

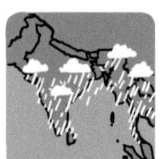

mussoon

afẹ́fẹ́

üleujutus

àgbàrá

jää

omi dídì

jaanuar

Oṣù kínní

veebruar

Oṣù kejì

märts

Oṣù kẹẹ̀ta

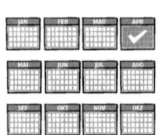

aprill

Oṣù kẹẹ́rin

mai

Oṣù kaàrún

juuni

Oṣù kẹfà

juuli

Oṣù keèje

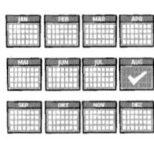

august

Oṣù keèjọ

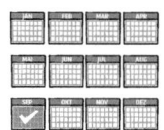

september
....
Oṣù kẹẹ́sán

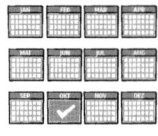

oktoober
....
Oṣù keẹ̀wá

november
....
Oṣù kọkànlá

detsember
....
Oṣù kejilá

ring
....
róbótó

ruut
....
onígun mẹ́rin dọ́gba dọ́gba

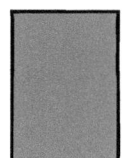

nelinurk
....
onígun mẹ́rin

kolmnurk
....
onígun mẹta

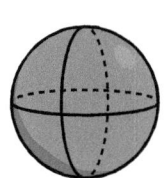

kera
....
sifia

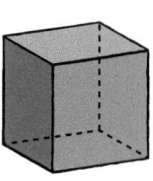

kuup
....
kubu

valge

funfun

kollane

yẹlo

oranž

olómi ọsàn

roosa

pinki

punane

pupa

lilla

pọpu

sinine

bulu

roheline

aláwọ̀ ewé

pruun

buranu

hall

rẹsúrẹsú

must

dúdú

palju / vähe

ọpọ̀ / níwọ̀nba

vihane / rahulik

bínnú / farabalẹ̀

ilus / inetu

rẹwà / òbùrẹwà

algus / lõpp

bíbẹ̀rẹ̀ / òpin

suur / väike

ńlá / kékeré

hele / tume

mọ́lẹ̀ / dúdú

vend / õde

arákùnrin / arábìnrin

puhas / must

mímọ́ / dọ̀tí

täielik / puudulik

parí / àìparí

päev / öö

ojọ́ / alẹ́

surnud / elus

kú / àyè

lai / kitsas

fẹ̀ / tínrín

söödav / mittesöödav
jíję / àìlèję

kuri / sõbralik
ibi / dára

põnevil / tüdinud
dunnú / sísú

paks / peenike
tóbi / tínrín

esimene / viimane
àkọ́kọ́ / ìgbẹ̀yìn

sõber / vaenlane
ọrẹ́ / ọ̀tá

täis / tühi
kún / ṣófo

kõva / pehme
le / rọ̀

raske / kerge
wúwo / fúyẹ́

nälg / janu
ebi / òhùngbẹ

haige / terve
àìsàn / lera

ebaseaduslik / seaduslik
tàpá sófin / bá òfin mu

tark / rumal
ọlọ́gbọ́n / òmùgọ̀

vasak / parem
òsì / ọ̀tún

lähedal / kaugel
tòsí / jìnnà

uus / kasutatud

tuntun / àlòkù

mitte midagi / midagi

àìsí nkan / níní nkan

vana / noor

arúgbó / ọ̀dọ́

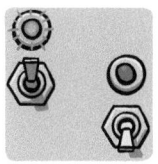

sees / väljas

tàn / kú

lahti / kinni

ṣí / padé

vaikne / vali

dákẹ́ / pariwo

rikas / vaene

lọ́rọ̀ / tòsì

õige / vale

tọ̀nà / àìtọ̀nà

kare / sile

àìdán / dán

kurb / rõõmus

banújẹ́ / dunú

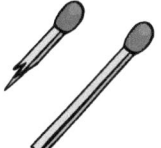

lühike / pikk

kúrú / gùn

aeglane / kiire

lọ́ra / yára

märg / kuiv

tutù / gbẹ

soe / jahe

lọ́wọ́rọ́ / otútù

sõda / rahu

ogun / àlàfíà

0	1	2
null	üks	kaks
òdo	méní	méjì

3	4	5
kolm	neli	viis
mę́ta	mę́rin	márùún

6	7	8
kuus	seitse	kaheksa
mę́fà	méje	mę́jǫ

9	10	11
üheksa	kümme	üksteist
mę́sàán	mę́wàá	mǫ̀kànlá

12	13	14
kaksteist	kolmteist	neliteist
méjìlá	mẹ́tàlá	mẹ́rìnlà

15	16	17
viisteist	kuusteist	seitseteist
mẹdogun	marundinlógún	mẹ́tàdínlógún

18	19	20
kaheksateist	üheksateist	kakskümmend
méjìdínlógún	mọ́kàndínlógún	ogún

100	1.000	1.000.000
sada	tuhat	miljon
ọgọ́rùún	ẹgbẹ̀rún	miliọnu

inglise

Gẹẹ́sì

Ameerika inglise

Gẹ̀ẹ́sì Ilẹ̀ Amẹ́ríkà

mandariini

Mandarini Ṣaina

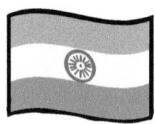

hindi

Hindi

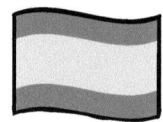

hispaania

Sipaniṣi

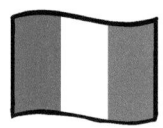

prantsuse

Faransé

araabia

Lárúbáwá

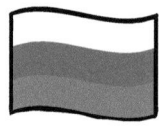

vene

Rọṣia

portugali

Pọtugi

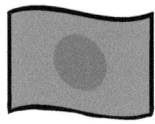

bengali

Bẹngali

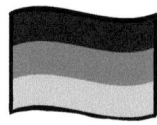

saksa

Jamani

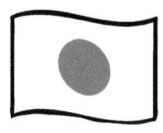

jaapani

Japanisi

mina

Èmi

sina

ìwọ

tema

ọkùnrin / obìnrin / nkan

meie

àwa

teie

ìwọ

nemad

àwọn

kes?

tani?

mis?

kínni?

kuidas?

báwo?

kus?

níbo?

millal?

nígbà wo?

nimi

orúkọ

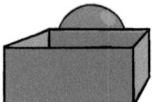

taga

lẹ́yìn

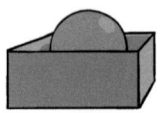

sees

inú

ees

níwájú

kohal

lókè

peal

lórí

all

lábẹ́

kõrval

lẹ́gbẹ̀ẹ́

vahel

láàrín

koht

ibi